எண்ணியதும் எழுதியதும்

முத்துமணி

எண்ணியதும் எழுதியதும்

- முத்துமணி

பொருளடக்கம்

அணிந்துரை

நூலாசிரியரை பற்றி சில வரிகள்

எழுத்தாளர் முத்துமணி தமிழில் தனது எழுத்துப் பயணத்தை இந்நூல் மூலம் தொடங்கியுள்ளார். இவர் இதற்கு முன்பு ஆங்கிலத்தில் "Poems of Little Writings" என்ற கவிதைத் தொகுப்பை படைத்துள்ளார். ஆங்கில இலக்கியம் பயின்று கொண்டிருக்கும் இவர், தாய்மொழியின் ஆர்வத்தால் ஆட்கொண்டு அதனை பிரதிபலிக்கும் பொருட்டு வெளிப்பட்ட வரிகளை வரிசைப்படுத்தி தன் எண்ணங்களுக்கு வண்ணங்கள் பூசி வடிவமைக்கப்பட்டதே இப்புத்தகம். வாசிக்கும் வழக்கத்தை தன்வசப்படுத்தி, தன் வரிகளுக்கு உயிர் கொடுத்துள்ளார்.

முன்னுரை

நூலைப்பற்றி

"எண்ணியதும் எழுதியதும்" என்னும் இந்நூல் முப்பது கவி-தைகளை தொகுப்பாய் கொண்ட பனுவலாகும். இவை-யனைத்தும் 'இறை வரிகள்', 'சமூக சிந்தனைகள்', 'சோக சாரல்கள்', 'தன்நிலை அறிதல்' என்னும் நான்கு பிரிவு-களுக்குள் அடங்கியுள்ளன. இந்நூலாசிரியர் தாம் அறிந்து தெரிந்து கொண்ட பற்பல மதங்களின் புனிதத்துவங்களை 'இறை வரிகள்' என்னும் தலைப்பின் கீழ் வைத்துள்ளார். சமூகத்தில் மாறியுள்ள மற்றும் மாற்ற வேண்டிய நிகழ்வு-களையும் 'சமூக சிந்தனைகள்' என்னும் தலைப்பின் கீழ் வைத்தும், இவற்றை போல் மற்ற தலைப்புகளுக்கும் அதற்-குடைய தனித்தன்மையை புகுட்டியும் இந்நூலை முழுமைய-டையச் செய்துள்ளார்.

நன்றி

தான் எழுத உத்வேகம் அளித்து, ஊக்குவித்து உதவியவர்க-
ளுக்கு நன்றி தெரிவிக்கும் பொருட்டு எழுத்தாளர் இந்நூலை
எழுதியுள்ளார்.

முகவுரை

இறைவரிகள்

சமூகசிந்தனைகள்

1. இறை வரிகள்

இறைவன்மிகப்பெரியவன்

'அல்லாஹு அக்பர்' என்று அறிந்து
அகத்தில் இருக்கும் அறியாமை ஒழிப்போம்,
இதயத்துடிப்பாக இயங்கும் இறைவா! எம்மை இருளில் இருந்து
விலக்கி,
இமையாய் இம்மையிலும் மறுமையிலும் மகத்தாக மலர லைவப்-
பாயாக,
அளவற்ற அருளாளனாய் என்றும் இருக்கும் எங்களுடைய
ஆண்டவனே,
நிகரற்ற அன்புடையோனே! என்றும் நீயே நிலையானவன்,
நுட்பமான நீதியாளனே! எம் நினைவில் இருக்கும் நண்பனே,
போற்றுதலுக்குரிய பெருந்தன்மையானவனுக்கு பெயர்கள் பல
இருப்பின்,
ஆற்றலுடையவனை அறிய நாமங்கள் ஆயிரம் இருப்பின்,
யாமறிந்த எதார்த்தம் 'இறைவன் மிகப்பெரியவன்'!

காத்துஅருள்கேசவா

மார்கழி மூலத்தில் மலர்ந்தவனின் மனதில் மணக்கும் மாயோனே,

இயலாதோனின் இதயத்தில் இமயமாய் இயங்கும் இறைவனே,
புண்பட்டப் புலனில் புல்லாங்குழலால் புத்துணர்ச்சி
புகுட்டிய புண்ணியனே,
அடங்கா அலையாய் ஆட்பறிக்கும் அகத்தில் அமைதியளித்து,
காரிருள் கலைத்து காக்க வேண்டும் கண்ணபிரானே!

உதிர்ந்துமலர்ந்ததேவன்

கல்வாரி மலையில் காட்சியளிக்கும் எங்கள் கருணைக்கடலே,
சாமானியனாய் பிறப்பின் சர்வத்திற்காக
சிலுவையிடப்பட்ட சீர்திருத்தவாதியே!
பாவங்களை புனிதமாக்கி, சர்கர்மத்தில் சிறந்தவராகிய,
தம் பிரிவை தாங்காது, நோன்பிலும் ஈகையிலும்,
இறையாகிய உம்மை தேடி, உயிர்ப்பிக்கும் ஞாயிறே,
எதிர்நோக்கி விழியிலும், அகத்திலும் ஆராதனை,
செய்யும் எமக்கு ஆசியளிப்பாய் ஆண்டவரே,
இப்பெரிய வெள்ளி பெருவிழாவிளே!

அர்த்தமுள்ளதேடல்

உன்னைப் பார்க்க உன் இடத்திற்கு ஓடினேன்,
ஒளியாக, ஒலியாக யாரோ
என்னிடம் பேசினர்; இல்லை நீயே பேசினாய்!

தூண்களுக்கு நடுவே துர்க்கைக்கு எதிரே

என்னை காக்க வைத்தாய்,
விழிகளை சமர்ப்பிக்க முன் வந்த ரகுநந்தர்
என் விழிகளுக்கு முன் வந்தார்,
கண்கெடுக்கும் கருவியை காணாது, கரம்
கடவுளை வணங்க வைத்தது ஓர் வரம்.

நாட்டிய நாயகன் முன் நடந்தேன்,
நான் நினைப்பது நடப்பதில்லை
நீ நினைத்த வண்ணம் என்னை
நடக்க வைப்பதே
நடராஜரின் நாடகமென அறிந்தேன்.

சண்டிகேஸ்வரர் முன் சத்தமின்றி நின்றேன்.
எதையும் எடுத்து செல்லவில்லை எனக் கூறவா?
இல்லை உடல் பிரியும் உயிர்,
எதையும் எடுத்து செல்வதில்லை எனக் கூறவா?
நான் அறியேன், நீயே அறிவாய்!

கருவறையில் நீ கல்லாய்
அமர்ந்திருக்கின்றாய்,
உயிர் பெற்ற கல்லாய் எதிரே நான் நின்றேன்,
மெல்லிய மெய் மேன்மை அடைந்தது.
உரையாடவும், உனக்குள் உறங்கவும்,
உறங்காமல் உயிர் உலா வந்தது.

நான் அறிந்த சக்திகளோ
இச்சா, ஞானா, கிரியா சக்தி.

நீ புகுட்டிய சக்தியோ
ஆன்மாவின் ஆற்றலையும்,
ஆண்டவனின் அற்புதத்தையும்
உணர்ந்துகொள் என
தெளிவுபடுத்தியது.

அஞ்சனை மைந்தன் அனுமனை வணங்கினேன்.
ஆற்றலுடன் சேர்ந்த அடக்கத்தைமயும்,
அடக்கமுடன் சேர்ந்த ஆற்றலையும்
கண்டு கரைந்து விட்டேன்.

ஆணவத்தில் ஆடிய அனைவரும்
ஓர் நீண்ட கொடிமரம் முன் பணிந்து விழுந்தனர்,
அகந்தயை அழித்து,
உயர்ந்து நிற்பதால் தானோ
உனக்கு அழிக்கும் தொழில் செய்பவன் என பெயர் வந்தது?

கதிரவனை சுற்றுகின்றன கிரகங்கள்.
உன்னைச் சுற்றுகின்றேன் நான்;
தொலைவுகளுள் தொலைந்தாலும்,
உன் ஈர்ப்பால்,
உயிரும் உள்ளமும் உன்னையே நாடியது.

மூடநம்பிக்கையில் மூழ்கும்
மாந்தர் மத்தியில்,
அர்த்தமுள்ள தேடலை எனக்களித்த,
ஆன்மா மூலம்,

ஆண்டவனை அறிய வைத்த,
அருட் பெரும் ஜோதியை வணங்குகிறேன்.

கந்தனேகதி

அக்னியில் தோன்றிய அன்பழகனான அக்னிப்பூவே,
ஆண்டவனாக விளங்கும் ஆறுபடையப்பனே,
இன்னிசையாய் இனிக்கும் பன்னிருவிழியோனே!
ஈசனுக்கே குருநாதனான குன்றுகளின் அரசனே,
உமைபாலனாக திகழும் உத்தமசீலனே, சண்முகா!
ஊன்றுகோலாய் யாம் காண்பது உனது நாமத்தையே,
என்றென்றும் என்னில் இருக்கும் மயில் வாகனனே,
ஏத்தலுக்குரிய குணங்களை கொண்ட குணாதரனே,
ஐயமின்றி இருளில் இருக்கும் இதயத்தை
ஒருங்கிணைத்து உன் தன் பெயரை
ஓசையாய் ஒலிக்க செய்க செங்கதிர் வேலா,
ஔவைக்கு அருளியது போல் எமக்கும்
நற்செயல் செய்க சைலொளிபவனே!

அழகுவாகனன்

'அழகு' எனப் பெயருடையோன் தன் வாகனத்தையும்
வனப்பாய் வைத்துள்ளான்,
அரக்கனையும் அரவணைத்து ஆண்டவன் அழகாக்குவதை
உணர்த்த,

பத்மா சூரனின் ஒரு பகுதியை எழில்மிகு மயிலாய் மாற்றினான்,
ஞானப்பழத்திற்காக ஞாலத்தை சுற்ற உதவிய மயில்,
அழகு மாமனின் சிரத்தை சிகண்டம் சிறப்பு சேர்க்கிறது,
தூவல் வருவதை முன்பறிந்து தூவி விரிப்பதை,
காணும் கணங்களுக்காக காத்திருப்போம்!

சாக்கியமுனிகூறியவை

சீற்றமே சரிவைத் தர, அஃதே தனக்குத் தானே தரும் தண்-
டனை,
மண்ணுலகில் மகானாய் மலர்பவன் மனதால்
மன்னிக்கும் மாண்புடையோன்,
அசாதாரணமாய் காரியம் புரியோன், பிறர் வழி
பின்பற்றாமல் தன் வழியை உருவாக்கி சிறக்கிறான்,
கட்டுப்பாட்டை கட்டளையாக்காமல் தன் மனதிற்கு
இட்டு வென்றுகாட்டியவனின்
கூற்றை கருத்தில்கொண்டு,
ஞானம் பெற்றவரின் ஞானம் ஞாலெங்கும் ஒளிருக!

எண்ணிலும், என்னிலும்

ஒரே இல், ஒரே சொல், ஒரே வில்
என வாழ்ந்து காட்டிய உன்னை
ஒரே பாடலில் அடக்க
வல்லில்லை என்னிடம்.

அவதாரத்தில் ஏழாவதாக

முத்துமணி

பிறப்பினும் நால்வருள்
நீயே முதலானவன்!

பதினான்கு ஆண்டுகள்
வனவாசத்திலும்
ஈருடல் ஓர் உயிராய் விளங்கியவனே!
பஞ்சவக்ரத்தை பஞ்சாக்கியவனே!
பஞ்சவடியில் பசுமை பூக்க வைத்தவனே!

நூற்றியெட்டாவது தாமரையாய் உன்தன்
விழியை கொடுக்க முன்வந்தவனே,
உம்மை மதி கொண்டு அறிவதற்கு
மேல் பக்தி கொண்டு அறிவதே சாலச்சிறந்தது.

மூன்று அன்னைக்கு
தலைமகனாகிய
உன் பட்டாபிஷேகம் காண மூன்று லோகமும் திரண்டு வந்ததே!
அதனை இம்மூன்று காலமும்
என்றென்றும் போற்றும்!

ஆதிக்கும் அந்தத்திற்கும்
அடங்காதவனான
நீ எங்களுக்கும்
அப்பார்பட்டவனாகிறாய்!
நான் எத்தனை எண்களால் உன்னை
அதிகம் போற்றினாலும் அதன்பின்
நீ ஒன்றைச் சேர்ப்பாய்,

மிகவும் குறைவாக எங்களால்
போற்றிய போதினும் அதிலிருந்து
ஒன்றை கழித்து விடுவாய்.

அதனாலே எங்களை கோர்வையாக
கோர்க்க முடியாமல் நிற்கின்றேன்.

மழைத் துளிகளை கணக்கிட முடியாததைப்போல்
உம்பெருமைகளை கணக்கிட முடியாது,
கடல் துளிகள் அனைத்திலும் நிறைந்த உப்பு போல்
இந்த அகிலத்தின் அனைத்திலும்
நிறைந்தவன் நீ!
அதனால் என்னுள் இருக்கும்
உன்னை
எண்ணி, எங்களால்
போற்றி உன்னை அறிகின்றேன்.

பரமாத்மாவைபறைசாற்று

வெறுங்கை வேடனே!
வேடிக்கை மனிதர்களால்
வேதனை ஜுவாலையில் எரிந்து கொண்டிருக்கும்
என் வாழ்வை ரட்சிப்பது எப்போது?

ஸ்ரீ ஹரி நாமத்தை ஸ்ரீ ஹரித்து
சதா சர்வ காலமும் தம்மை சாஷ்டாங்கமாக வணங்கி,

முத்துமணி

உன்னை சரணடைந்த
சாமானியனை
சாய்த்து விடாமல், சாந்தமாக்கு.

என் மேல் கொண்ட நம்பிக்கை
இழந்ததால் உதிரம் உடல் விட்டு நீங்குகிறது,
கண்ணீர் செந்நீராக நேத்திரத்திலிருந்து
நிறைந்து வடிகிறது.

உன் மேல் கொண்ட நம்பிக்கை இழக்காததால்
உடல் விட்டு ஆன்மா பிரிய மறுக்கிறது,
உனது நாமத்தை கூறித்துடித்தே
இதயம் தொடர்ந்து இயங்குகிறது,
பலமிழந்த புஜங்கள் வஜ்ரங்கள் ஆகிறது.

சஞ்சலங்களால் சிதைந்த சிரம்,
பார்த்த சாரதியே பக்க பலம் என
பக்தியில் பரவசம் கண்டது.

மதியிழந்த மானிடனின் மனம்,
மாதவனை எண்ணி மட்டற்ற மகிழ்ச்சியடைந்தது.
அனைத்தையும் ஆளும் அரியே!
அண்டத்தில் அனைத்து
ஆன்மா விழும் அகந்தை நீக்கி,
அறத்தை அருளும் படி
வேண்டிக்கேட்கிறேன்.

ஆகுவாகனன்

ஆதியும் அந்தமுமான கஜமுகன் தன்னைப்போல்,

ஒரு கொழுக்கட்டை பிரியனை வாகனமாக்கி,

அனைத்து உயிருக்கும் மூலதனமாக அன்னத்தை உணர்த்துகி-
றான்.

பெரு உடலை சிறிய உருவம் நான்கு காலில்

சுமந்து செல்வதை உணர்த்தி, மனிதனின்

மரணிக்கும் சமயம் அவ்வகையில் இருக்கும் என உரைக்கிறார்,

ஓர் வாகனத்தின் மூலம் முதலினையும்,

முடிவினையும் புகுத்துவதை அறிந்து கொள்வோம்.

சாதனனின்சகி

வான் உயர் வேள்வித்தீயில் இருந்து வந்த யாகசேனி,

துருபத கன்னியாய் துவாபர யுகத்தில் தோன்றினாள்,

சனாதனனை சகாவாக ஏற்றவள்,

மதுசூதனனை மனதால் மித்ரனாக்கியவள்,

சூழ்ச்சியும் சூதும் வாழ்வை சிதைக்கும் போது,

தோள் கொடுத்து தாங்கி தோழனானான் தேவகி நந்தன்,

தனக்கென யாரும் இல்லை என துவளும் போது,

தமக்குள் எல்லாமானவன் துயர் துடைக்க தானாக முன் வந்-
தான்,

காயத்திற்கான கட்டு பின் அற்புதங்கள்

பல புரியும் என அறியாமலிருந்தாள்,

வேதனை வாழ்வை வாட்டும் போதும்,

துன்பங்கள் சுட்டெடுக்கும் போதும்,
ஆதரவின்றி அலையும் போதும்,
கண்ணீர் துடைக்க புன்னகையோடு புல்லாங்குழல் ஏந்திய
அமிர்தன் அரவணைத்து அகக் கண் திறந்தான்.
சகோதரனை மிஞ்சிய சகாவும்,
தந்தையை விட சிறப்பாக தாங்கும் தர்மாதியட்சர்
எளிதாய் கிட்டுவதில்லை அனைவருக்கும்!

நாயகம்நிகழ்த்தியவை

அமிர்தம் போல் அனைவருக்கும்
உணவு, தண்ணீர் வழங்கி, தீர்க்கதரிசனங்கள் தந்து,
முன்னறிவிப்புகளால் எச்சரித்து,
பேணுதலுக்கு போர்கள் பல புரிந்து,
கைபர் போரில் காயம் கண்ட,
அலியின் அம்பகத்தை குணப்படுத்தி,
வறண்ட மதீனாவில் வாஞ்சையால்,
வான் மழை பொழிய வைத்து,
கையளவு பேரித்தம் பழங்களால்,
பலரின் பசியைத் தணித்து,
இரையிலும் இல்லறத்திலும் இருந்து,
இறை கண்டு
இறைத்தூதராக அளவில்லா,
அற்புதங்கள் புரிந்து,
இறுதியில் இறைவனுக்கு இணையான
நிலையடைந்த நாயகம் நிகழ்த்தியவை

நெஞ்சில் நிலைத்து நிற்கிறது.

தன்னியனானதனஞ்ஜெயன்

காரிருளுள் களைப்பின்றி சமர் செய்யும் குடாகேசனே,
இலக்கை சகோதரர்கள் எட்ட இயலாத போதிலும்,
துல்லியமாய் கிள்ளையின் கண்ணில் எய்தவனே,
அஃதே ஆற்றலால் சுயம்வரத்தில் அற்புதம் புரிந்தாய்,
திறன் நிரூபிக்கும் பரிட்சையில் துருபதனை,
வென்று குருதட்சனை அளித்தாய்,
துரோணரின் மானசீக மாணவன் ஆனாய்,
நீரும் செம்புலச்சேறும், அளக்கரும் அலையும் போல,
வில்லும் விஜயனுமாய், அம்பும் அர்ஜூனனுமாய்
தனிச்சிறப்படைந்தாய்,
அகத்தை அடக்கி கடுந்தவம் புரியும் பரந்தபனே,
பரமேசனிடம் பரஸ்பர போரிட்டு,
பாசுபதாஸ்திரம் பெற்ற பாண்டவனே,
கரத்தில் கொண்டிருந்தது காண்டீபமாயினும்,
சஞ்சலம் கொண்ட மனதை தெளிய வைத்தான்.
பார்த்தசாரதியின் வாய்மொழியால்,
பரமாத்மாவின் பாதாரவிந்தம் முன் பணிந்த பார்த்தனே,
அண்டத்தையாளும் அரியின் அறிவுரைகளை ஏற்ற அர்ஜூனா,
நடப்பது அனைத்தும் நன்மைக்கே என நாரணம் உரைக்க,
ஜெகத் குருவிடம் கீதை கேட்ட கிரீடியே,
விஷ்ணுவின் விஸ்வரூப தரிசனத்தை விழியால்
கண்டு வியப்பால் வீழ்ந்துவிடாமல் விரைந்து,

காரியம் புரிந்து தன்னியனானாய் தனஞ்ஜயா!

அதிவீரரிடமிருந்துஅறிந்தவை

அகிம்சை, உண்மை, பற்றாமையை மூலதனமாக வைத்து,
ஆன்மாவை அறத்தின் வழி செலுத்தி, பிறப்பு, இறப்பு
சுழற்சிக் கடலில் இருந்து விடுபட்டு முக்தி அடைய,
பார்சுவநாதா முதல் மகாவீரர் வரை கூறியவைகளை,
கருத்தில் கொண்டு பிறரைக் காயப்படுத்தாமல்
இக்கடலை கடந்து காட்டுக!

2. சமூக சிந்தனைகள்

தளர்ந்ததமிழனே

மரம் ஏறும் போதும் மறத்தோடு ஏறினாய்,

பறவை மேல் பருந்தாய் பறந்தாய்,

கழகம் கண்டு கலகம் போக்கினாய்,

புலிக்கு கிலியை உண்டாக்கும்

வகையில் கிளி வளர்த்தாய்!

குழவி வடிவில் குலவி கண்டாய்,

மால் வணங்கும் நீ இன்று மாளிட்டாயே!

வளப்பாய் வாழ்வதே உனது வழக்கம்;

உன் விழியால் பகைவனின் வழி

மாற வைத்த நீ இன்று ஏனோ

விழித்திறாமல் விழகியிருக்கிறாய்?

நிமிர்ந்த நன்னடை, நேர்கொண்ட பார்வை

நீங்கி, குனந்த தலையுடன்,

பார்வை யற்றவனாய் இருக்கிறாய்!

இளமையில் கல்லென்ற கூற்று மாறி,

இருளுக்குள் ஏன் செல்கிறாய்?

ஆட்சி புரியும் அரசனையே நாடு கடத்தும்,

புரட்சி கொண்ட நீ ஏன் இன்று

அந்நியனை கண்டு அஞ்சுகிறாய்?

மாண்ட தமிழ்ச் சமூகம், மாணவர் சமூகம்

மூலம் மலர்ந்து, உன் புதுமையால் வலிமை நிறைந்த பழமையை

காண

காத்திருக்கிறேன், உன்னைப்போல் ஒருவனாக!

துணிந்துநில்க

பால்மணம் மாறாத பச்சிளம் பிஞ்சானவள் பேதையாகவும்,

துள்ளி குதித்தோடும் பருவத்திலிருந்து பருவமடையும் போது

பெதும்பையாகவும்,

மழலையான நிலை முற்றிலும் மாறுபட்டு மங்கையாகவும்,

உழைப்பிலும் உற்சாகத்திலும் மடைதிறந்து ஓடும் மடந்தையாக-

வும்,

ஆற்றலும் அறிவும் அடைந்து தன்னை அடுத்த கட்டத்திற்கு

முன்னேற்றும் அரிவையாகவும்,

துணையாய், தாயாய் புதினம் காணும் தெரிவையாய்,

தியாகங்கள் பல புரிந்து தமக்காக வாழாது தரணியைப் போல்,

பொறுமையும், தூணாய் தாங்கும் நிலையடைகிறாள் பேரிளம்-

பெண்,

ஒவ்வொரு பருவத்திற்கும் பண்புகள் பல இருப்பின்,

அன்பும், அக்கறையும் காணாமல் அடக்குமுறையும்,

ஆன்மாவாய், உள்ளமாய் நினைக்காமல் பயன்பாட்டு பொருளா-

கவும்,

சிந்தனைக்கு மதிப்பளிக்காமல் சுதந்திரத்தை சுரண்டியும் ,

கருணையின் மறு உருவத்தை கர்வத்தால் அடக்க எண்ணும்
சமூகத்தில் சம நிலை அடைய சமர் செய்ய
தயங்காமல் துணிந்து நில்க!

பாவையைப்போற்றுக

அன்புடன் அரவணைப்பதில் அன்னையாகவும்,
அக்கறையுடன் ஆதரவளிப்பதில் அக்காவாகவும்,
தன்னலம் காணாமல் தன்னம்பிக்கையளிக்கும் தங்கையாகவும்,
சமூகத்திற்கும், தன்னைச் சார்ந்தோருக்கும் சிறந்த
முன்னோடியாய் முன்னேறுகிறாள் சகோதரி,
மூத்தோர் சொல்லும் முதுநெல்லிக் கனியும் முதலில் கசக்கும்
பிறகு இனிக்கும் என்று உரைக்கும் மூதாட்டி,
பண்பாட்டையும், பாசத்தையும் ஊட்டும் பாட்டியாக விளங்குகி-
றாள்.
சங்கடத்திலும், சந்தோஷத்திலும் சகாயம் அளிக்கும் சகி,
உதவிக்கரம் நீட்டி உயிர்க்காக்கும் தோழியாகிறாள்.
இருளான வாழ்வை இனிமையாக்க,
துணாய் தாங்கி, துணை நிற்கிறாள் துணைவி.
தன்னுள் மறு ரூபமாய் பிரதிபலித்து தம்மை,
புரிந்து பிரகாசமாய் பிறக்கிறாள் புதல்வி.
தள்ளாடும் பருவத்தில் தாலாட்ட வைக்கிறாள் பேத்தி.
மண்ணில் பிறந்த மாந்தர் ஆகி ரூபங்கள் பல எடுக்கும்
நல் உள்ளங்களாகிய பாவையைப் போற்றுக!

இங்கோபியா

பக்குவமும், பண்பும் பெற்று பணத்தை பகட்டாய் பாராமல்,
வரி என்னும் பெயரிட்டு வறுமையுற்றோரை வாட்டாமல்,
பெருமை எனக் கருதும் பெரும்பான்மை பேய்கள்
சிறுபான்மை சந்ததி வாழ்வை சிதைக்காமல்,
எல்லை ஆக்கிரமிப்பில் எல்லை மீறி தொல்லை வளர்க்காமல்,
கல்வி சாலையில் வர்ண, வன்மத்தை காட்டி காட்டுமிராண்டியா-
காமல்,
விதைத்து, விளைவிப்பவனின் விதியை வில்லங்க வியாபாரி தீர்-
மானிக்காமல்,
பண்பாடான பகுதிகளில் பாதுகாப்பிற்கு பங்கம் விளைவிக்காமல்,
வான், சிகரம் சுரக்கும் சீகரத்தை தனக்கே உரியது என்று நிந்-
திக்காமல்,
கயவர்களை தண்டித்து சாமானியர்களின் வாழ்வு சிறக்க,
வேண்டும் இங்கு ஓர் யுட்டோபியா!

மட்டைப்பந்தாட்டம்

நாட்டுக்காக உயிர் துறந்தோரை அங்கீகரிக்க தவறிய போதிலும்,
நாட்டுக்காக விளையாடுவோரை ஆதரிக்கத் தவறுவதில்லை,
அபாயத்தை அலட்சியப் படுத்துவதும்,
பொழுது போக்கில் ஆர்வம் காட்டுவதே வழக்கம்!
ஆற்றலை ஆடுகளத்தில் காட்டாமல்,
காட்சிகளை வேடிக்கை பார்ப்பதால் புண்ணியம் என்னவோ?
வீதிகள் முன் ஆட்டத்தால் கிட்டும் ஏச்சு,
புகைப்படக்கருவி முன் கிடைக்கும் பணமும் பாராட்டுப் பேச்சு.

நிலையில்லாநிறம்

சாயம் சார்ந்த சாம்பல் வைத்து,
சாதிக்க எண்ணும் சாமானியனே!
பிரதிபலிக்கும் ஒளிவிலகலில் ஒற்றுமை
என ஓங்கவைப்பது ஒவ்வாமையே!
உடுத்தும் உடையிலோ உயர்வு தாழ்வு!
வண்ணங்களிலோ வேற்றுமை,
நிறங்களை நிலைநாட்ட தன் நிலை இழந்து,
தன்மையற்று தடுமாறுவது, திரளை தன்புறுத்தவே...

இரையாகும் இறை

அன்பே ஆண்டவன்! கருணையே கடவுள்! என்ற கூற்றை
மறந்த இனம்,
மனித நேயத்தை மதிக்காது மதியை மறந்த மானுயர்.
மதம் பிடித்த களிறு போல், மதத்தை பற்றிக் கொண்டு
விலங்கினும் இகழ்ச்சியாய் இருக்கும் தாட்பரியம் என்னவோ?
பக்தியிலும் பண்பிலும் இறைவனை அடைய இயலாதோர்,
காட்டுமிராண்டித்தனமான கலவரத்தால் பிறரை இரையாக்கி
இறை காண இயலுமோ?
அவதாரங்களாகவும், தூதர்களாகவும் சொல்லப்பட்ட ஆன்மாக்-
கள் மௌனம் களைந்து,
அநீதிகளிலிருந்து அப்பாவிகளை இரட்சிப்பது

எப்பொழுது என ஏங்குகிறது எம்மனம்!

3. சோக சாரல்கள்

நிழலின்நிஜம்

ஓங்கி உயர்ந்திருக்கும்
நெடுமரத்தின் அருகே
ஒதுங்கி நிலைகுலைந்து நிற்பதே நிழலின் நிலை!
நிஜத்தை காணும் பொருட்டு
நிழலினை மிதிப்பதும்,
அதனை மதித்து
புன்னகைப்பதே நிழலின்
நிதர்சன நிலை!

விருட்சத்தில் விளைவதோ கனி,
அஃதோ கனியாகும் முன்பே காயாகும்,
காயினை காயப்படுத்தி விட்டு
கனியாகமலே காத்திருந்து கரைந்து விடுகிறது;
இதேபோல் காயப்பட்ட காய்கள் பல உண்டு இங்கே!

பாரெங்கும் பறந்து விரிந்திருப்பதோ பெருங்கடல்,
அதனை தாங்கி நிற்கிறதே மண்ணான நிலம்,
கடலைக் காணும் கண்களுக்கு,
மணலை மதிக்க தெரியாது.
ஆழ்கடலில் உச்சமே மணல் நிறைந்த நிலம்;

இதுவே அந்நிழலின் நிஜம்!

பூமிக்கு வரும் மழைக்கு,
மண்ணுக்கு வரும் வரையே சிறப்பு,
அதை அடைந்த பின்போ அதனை,
சேர் என்பார், சகதி என்பார்;
சிலரின் வாழ்வின் கெதியும்
இவ்வாறு கெதியற்று கரைகின்றது!

இரவில் சூரியன் வருவதில்லை,
உண்மையில் அது காலமாற்றத்தில் எதார்த்தமே,
சிலரின் வாழ்வும் அதுபோலே,
சங்கடங்கத்தில் இருந்து சிலகாலம்
விலகி இருந்தாலும் அதனை
சந்திக்க ஆயத்தமாக வேண்டியுள்ளது!

நிஜத்தில் பிம்பமே நிழலாகும்;
அதன் உணர்வுகளையும் உற்றுநோக்குவதே நிழலின் நிஜமாகும்!

எதார்த்தத்தின்எதிர்பார்ப்பு

நினைத்த வண்ணம் நடக்க உத்தேசித்து, நினைத்ததும் நடந்ததும்
வெவ்வேறாகி,
கடக்க வேண்டிய பாதை காரிருளாய் காலை வாரிவிட்டு,
போற்றலுக்குரியோரை புண்படுத்தி பற்றற்று,
நேசத்துக்குரியோரை ஏசித்து ஏளனமாய் ஏமாந்து,

கூட்டத்தில் கூடாமல் தனிமையை துணையாய் ஏற்று,
பிரியமான பந்தத்தில் பிரிவும் பிளவும் பகுதியாய்,
அக்கறை காட்டிய நெஞ்சங்களிடம் அயலானாய் அக்கரையில்
நின்று ஒதுங்கி செல்வது,
விதியின் விளையாட்டும், வினையின் விளைவாலும் விளைந்தது
வினாசமே,
அனல்கள் அதிகம் அறிந்த அகம் அதிலிருந்து மீள எண்ணி,
எவ்வித எதிர்பார்ப்பும் அற்ற நிலையை அடைய எண்ணுவதும்,
எதார்த்தத்தின் எதிர்பார்பாகும்!

நிலையறியும்நிலம்

புன்னகை வாழ்வில் அத்திப்பூத்தார்
போல் பார்ப்பது அரிதாகிவிட்டது.
நன்மையை காணாத
இம்மையில் வாழ்வது இன்றியமையாததாகிவிட்டது;
வாஞ்சையில்லா வையகத்தில்
வெறுப்புடன் வாட்டப்பட்டதால்
வாழ்வே வெறுமையாகிவிட்டது.
நறுமணம் கமலும் மலரை
நரகத்தில் நடுவே நட்டிட
தென்றலே திட்டம் தீட்டுகிறது.
முட்டின் சுமையை தாங்காமல்
செங்கொடியே பூவாவதற்கு முன்பே
பூமியில் புதைக்க எண்ணுகிறது,
காலங்கள் மாறியும்

காயங்கள் மாறுவதில்லை,
தியாகங்கள் பல புரிந்தும்
தன்னலம் தகர்த்தெறிந்தும்
தயவு காட்ட தரணியில் எவருமில்லை.
தன்னைத்தானே திட்டித்தீர்ப்பதும்
தனக்குத்தானே ஆறுதல் அளிப்பதுமே
அந்த தன்னிலை அறியாத
வாழ்வின் தாட்பரியமாகிவிட்டது,
மாரியை எதிர்நோக்கி காத்திருக்கும்
நிலத்தின் மனமானது மகிழ்ச்சியை
நோக்கி காத்திருக்கிறது.
மாற்றங்கள் நிறைந்த இம்மண்ணுலகில்
துயரங்கள் துழைந்துவிடும்
எனும் சிறு நம்பிக்கையோடு
நகர தொடங்கியது தரிசு நிலம்.

4. தன்நிலை அறிதல்

மித்ரனின்மகிமைகள்

உயிர் நண்பனை காண உள்ளக்களிப்புடன்
சென்ற உற்றான் உறைந்தான்
ஓர் உருவத்தைக் கண்டான்.

வினையறியாமல் விந்தையில் உள்ளவனை
வினாக்களுக்கு விடையளிக்க
கட்டளை வந்தது.

நட்பின் நீளம் எவ்வாறானது எனக்கேட்க,
விதையிலிருந்து விண்ணை நோக்கி
உயரும் விருட்சத்தின் ஏற்றத்தைப் போன்றது என்றான்.

அலைகளுடன் அமைந்த ஆழ்கடல் போல்,
சகோதரத்துவம் உள்ள சினேகிதமே
சிந்தயை சிறந்த வள்ளது.

துவளும் தருணத்தில் தாங்குவதும்,
தோள் கொடுத்து துணையிருப்பதுமே,
தோழ்மையின் தொன்மையாம்.

சொல்லவருவதையும், சொல்லாததையும்,
செயலால் செய்வதே புரிதலின்
மென்மையான பண்பாகும்.

செயலின் ஒற்றுமையும்,
கருத்துகளின் பிரதிபலிப்புமே
பிராகாசமான பந்தமென்றான்.

வெறும் மேகமான போதிலும்,
துளிரும் மழையை பொழிபவனே,
சிறந்த மித்ரனாவான்!

நீண்ட நெடு வானத்தின் வானவில்லாய்
வளைந்து, எண்ணங்களில் பல வண்ணங்களை,
பூசுபவனே சிறந்த மித்ரனாவான்!

விதைக்கப்பட்ட வினாக்களுக்கோ,
விடைகள் பல கிடைக்க,
வித்திட்ட வினாக்களுக்கு,
விடைகள் படைக்க துடித்தது ஓர் உருவம்!

யாமே மித்ரன், யாமே நட்பின் கடவுள்
என்றார் அவர்!

விண்ணுலகப் பார்வையில்,
மண்ணுலகின் தோழமையை,

மித்ரர் இருவர் மூலம் காண்கிறார்!

இருவருக்கும் இப்பெயர் பொதுப்பெயராய்,
பொருத்தமாய் உள்ளதை எண்ணி,
அக மகிழ்கின்றார் அவர்!

மண்ணுலகின் சிறந்த மித்ரர்களை,
நல்லதோர் நாளான நண்பர்கள் தினத்தில்,
வாழ்த்தி மறைகின்றார் மித்ரர் ஒருவர்!

வலியுறுத்தும்வலி

வலி என்பது யாதோ?
அதன் காரணத்தையோ
தாட்பரியத்தையோ மனமானது
அறிய முயற்சி
மேற்கொண்டுள்ளதோ?
மேகங்களில் இருந்து விழும் மழைநீர்
நிலத்தையடைந்து,
தன் நிலையிருந்து
மாற தொடங்குகிறது!
பாரெங்கும் பறந்து திரிந்து இறுதியில்
சாகரத்தை சந்திக்கின்றது!
இந்தச் சந்திப்பிற்கு இடைப்பட்டுள்ள
பயணத்தை பாரமாக,
அல்லலாக காணாமல்,

அனுபவமாகவே காண்கிறது!
அதன் காரணமாகவே வந்த இடத்தை
அஃது மீண்டும் சேர்கிறது!
எனினும் வலி என்பது
ஒருவரின் பலம் மற்றும் பலவீனத்தை
அறிவதற்கான வாய்ப்பாக பார்க்கலாமே!
விதிப்பயனால் வலி ஏற்படுமாயின்
அதை மதி கொண்டு அணுகுவதே
ஞானத்தை அடைய வழிவகுக்கும்...
இந்த பயணத்தில் தனிமை, பொறுமை, பெருமை, புதுமை,
பழமை
ஆகியவற்றை அனுபவிக்கலாம்,
ஆனால் ஆமை போல் நிதானத்தை
கடைபிடிப்பதும் ஒருவருக்கு கைகொடுக்கும்...
எனவே வலியை சங்கடமாகக் காணாமல்
இவை அனைத்தையும் வலியுறுத்தும்
சான்றாக பார்த்தல்
மனம் மேன்மையடையுமே !

எதிரி

எங்கோ எவனோ என்னை ஏசீத்து,
எதிர்மறை எண்ணங்களை ஏற்றிவிட்டு,
மலையாய் ஓங்கியிருக்கும் நற்குணங்களை கடுகாக்கி,
சுவடாய் கரையும் தீமைகளை சமூத்திரமாய் சித்தரித்து,
களிப்பான கணங்களை கலங்க வைத்து,
மறக்க வேண்டிய நிகழ்வுகளை மறுபரிசீலித்து,

மீண்டும் உருவாக்கி மனவேதனையளித்து,
முன்னேற்றத்திற்கு முட்டுக்கட்டையிட்டு,
உழைப்பையும் உதிரத்தையும் உருக்குலைத்த,
எதிரியைக் காண எதற்கும் துணிந்து நிற்க,
விழிமுன் காணவில்லை
உணர்கிறேன் என்னுள் அவளை!

அகஅமைதி

தொடர் தோல்வியால் உடைந்த மனம்,
துரத்தும் துயரிலிருந்து மீள நினைத்து,
நிலைதடுமாறி மறைத்து போக,
வெவ்வேறு வலிகள் வலிமை பெற்று,
வழியறிய விடாமல் விழி மறைத்து,
சிந்தையில் சமாதானமான சாதுவையும்,
சஞ்சலத்தால் சலசலப்பை ஏற்படுத்தி,
உற்சாகமாய் ஊக்குவிக்கும் உள்ளம் இப்போது,
உறைந்து உரையாடாமல் உடைந்து நொறுங்க,
கவலைகள் பல கண்ட அகம், ஏக்கங்களை
இறக்கி வைத்து, வெற்றி தோல்வியை சமமாய்,
ஏற்கும் பக்குவம் அடைய, முயற்சியையும்
கடமையையும் கண்களாக காண விளைகிறது!

விருட்சத்தின்விழுதுகள்

அகிலத்தில் ஆதியாய்
தோன்றிய ஆலமரம்

விரிவடைந்தது பல விழுதுகளால்,
மன்னனுக்கு அமைச்சர்
உடன் இருப்பது போல்,
நெடிய தண்டிற்கு துணைநின்று
விஜயத்திற்கும் கௌரவத்திற்கும்,
வித்திட்டது விழுதுகள்,
இடியும் இருளும்
ஏற்படுத்திய கிலியால்
கிளி ஒன்று அமர்ந்தது மேலே,
நகைச்சுவையிலும் நடனத்திலும்
நனைய வைத்தது பலரை.
இலைகளுக்கும் கனிகளுக்கும்
உண்டான உறவைப் போல,
வேருக்கும் விருட்சத்திற்கும்
உள்ள உறுதியான இணைப்புப் போல,
உறுதியான உறவுகள்
உள்ளது சில
நட்பெனும் விருட்சங்கள்
கேளன் எனும் விழுதுகளால்!

முயற்சி

எண்ணங்களில் எழுச்சி
இல்லாத போதிலும்,
எழுத்தில் ஏற்றம்
அடையாத போதிலும்,
முன்னேற்றத்திற்கான முயற்சியும்,

பிழையில் பயின்ற பாடமும்,
உடன்பிறப்பே
உழைப்பும், உதவியுமாகி,
உற்சாகத்தின் உத்வேகமும்,
இனியதோர் இடத்திற்கு
ஈட்டி தந்தது,
எண்ணியதையும் எழுதியதையும்!